இவள்

பதிப்பகம்

Ival

Edited by Archana Muthukarthick

Copyright ©

Archana Muthukarthick - POETRY WORLD ORG 2021

ISBN (Paperback) - 9789390724536

First Edition : 2021

Book Design by POETRY WORLD

இவள்

தலைமை தொகுப்பாளர்

Mrs. Parkavi Sivaprakash

தொகுப்பாளர்

Archana Muthukarthick

இவள்

இதன் பக்கங்கள் பெண்களுக்காக நிரப்பப்படுகிறது. ஆயிரம் காவியங்கள், கதைகள், எத்தனையோ பெண்களைப் பற்றி கூறி விட்டது இதில் புதுமையாய் ஏதும் அறிந்திட போவதில்லை. ஒவ்வொரு பார்வையில் வேறுபட்ட எண்ணங்களே எழுத்துக்களாய் இங்கே பிரதிபலிக்கிறது... வாசியுங்கள் நீங்களாய்.. நீங்கள் கடந்து வந்த, உங்கள் அவளுக்காக... வாசியுங்கள் சற்று நேரம் கொடுத்து.

தலைமை தொகுப்பாளர்

இவள் திருமதி.பார்கவி சிவபிரகாஷ், மஞ்சள் மாநகரமான ஈரோட்டை சேர்ந்தவள். இவள் புனைப்பெயர் "கவியின் கவிதை". கணிதவியல் முதுகலை பட்டம் முடித்தவள். இன்று தன் கனவுகளை முழு மனதோடு ஆர்வமாய் பின் தொடர்கிறாள்.

தனது இன்ஸ்டாகிராம் பக்கத்தில் (*@kaviyinkavithai*) ஏறத்தாழ *2500*க்கும் மேற்பட்ட குறுங்கவிதைகள், நீள்கவிதைகள் பல புனைந்துள்ளார். *Spectrum of thoughts*ல் இணை எழுத்தாளராகவும், தன் முதல் கவிதை திரட்டான *"Enticement of fondness/*காதலின் தாகங்கள்*"* தொகுத்துள்ளார். இப்பொழுது *Poetry World Organisation*ல் தலைமை தொகுப்பாளராய் பல கவிதை திரட்டினை வழங்கி வருகிறார்.

அம்மாவின் முத்தம்

நீண்ட நாட்களுக்கு பின்
பெற்ற முத்தம் இன்று...

காதல் முத்தத்தினை
நுகர்ந்ததில்லை நான்...

ஆனால் என்
அளவில்லா வலிகளுக்காக
அவளால் முடிந்த மருந்து அவை...

கவியின் கவிதை

தொகுப்பாளர்

அர்ச்சனா முத்துக்கார்த்திக்.

என் முதல் புத்தகம் தொகுப்பாளராக.. இளநிலை முடித்து கணித ஆசிரியராக ஆறு வருடம் அரசு உதவி பெறும் தனியார் பள்ளியில் பணிபுரிகிறேன்.. புத்தகம் வாசிப்பதில் ஆர்வம் தொடங்கி கவிதை எழுவதில் பயணம் செய்து புத்தக தொகுப்பதில் நகர்கிறது..

இவள்

இவள்

கண்ணுக்கினியாள்..

கருத்திற்கினியாள்...

அன்பிற்கினியாள்...

கோபத்திற்கினியாள்..

ஆசைக்கினியாள்...

இவளை காவியங்களும் கதைகளும் மட்டுமே

வர்ணித்துவிட்டது...

நிஜங்களில் கடமைகளும் கவலைகளும்

காத்துக்கிடக்கிறது

இவள் சற்று சுயநலக்காரி தான்..

அவளை சார்ந்தவர்களுக்காக அயராது ஓடிக்

கொண்டிருப்பாள்....

படித்த மேதையானாலும் படிக்காத பேதையானாலும்

பாசக்காரி இவள மிஞ்ச யாருமில்லை...

இவளுக்காக

ஒரு புத்தகம்

அதில் இவள் மட்டுமே கதாநாயகி.

அர்ச்சனா முத்துக்கார்த்திக்

பொருளடக்கம்

அகத்தின் ஆற்றாமை

ஒற்றை சிறகில் ஓயாது பறக்கும் உலகமே..ஒரு

சத்தமில்லா சரித்திரத்தை கேளீரோ

பொங்கி வரும் பெருங்கடலோ புரண்டு வரும்

மேகங்களோ அதற்கு நிகரில்லை

ஆம் அவளுக்கு நிகர் அவளே அன்றி வேறில்லை.

அவள் மேகத்தில் மிதக்கும் வெண்ணிலவு குணம்

உடையவள்

தாய்மையில் அவள் காட்டும் அன்புக்கு அந்த

இறைவனும் புவியில் பிறக்க பூமி இறங்குவான்

தூசி என நினைத்தால் உன் கண்ணில் விழுவாள்,

அன்புக்கு அடிமையானால் உன் காலில் கூட விழுவாள்

உடலின் வலிமையை விட நூறு மடங்கு அவள் மனம்

வலிமை உடையது

அவளின் வீரத்திற்கு பரணி பாடினாலும் போதாது

பருவமடையும் வரை களிப்பிற்கு அளவில்லை,

அதற்பின் கவலைக்கு எல்லை இல்லை

திங்கள் 3 நாள் உதிரம் உடைந்து ஓடுமடா வலி

அறிந்த ஆண்கள் உண்டா இல்லை வலி தீர்த்த

மருத்துவம்தான் உண்டா

நனைந்த வண்ணம் இருக்கும் உதிரம் துணியை மாற்ற

முடியாமல் தவிக்கும் வேதனை அய்யோ...

கருக்கொண்ட வயிற்றின் கனம் அறியாதவள்

கைம்பெண் கட்டாயம்

கருக்கொலை கலாச்சாரம்

போதும் இன்னும் எத்தனை எத்தனை..

அவளின் தியாகத்திற்கு பெண்ணாய் பிறந்தாலும்

ஈடாகாது

ஆண் மனம் கலங்கிப் போகட்டும் பெண் மனதை

புரிந்து கொள்ளட்டும்

இந்த சமூகத்தின் கலாச்சார குப்பைகளால் எங்கள்

புனிதம் போற்றப்படுகிறது.

நாங்கள் அதற்கு அப்பாற்பட்டவர்கள்

போதை அல்ல புணர்ச்சி பொருளும் அல்ல இவள்

சதையோடு சேர்ந்து மனமும் கொண்டவள்.

R. Prakash

அழத்தட்டு பெண்ணியம்.

காலையில் தூக்கத்தைத் துறந்து,

வேலைக்குப் போகும்

கூலிப்பெண்களின் வலி...

யாருக்கு புரிகிறது?

வேலையிடத்தே பழிச் சொல், இகழோசை...

பலவற்றையும் புதைத்தே புதையலானாள் அவள்...!

உழைத்து, வியர்வை சிந்தி

குழந்தையும் கவனிக்காமல்

சம்பாதித்த பணம்...

மாலையில்

கணவனிடம் அடியுதை வாங்கி

அவனிடம் பணத்தையும்

பறிகொடுப்பாள்...

கல்லாகிடுமோ அவள் மனம்? யாரிடம் கதறுவாள்

அவள்?

திருமணமும் செய்து விட்டு,

வரதட்சனையும் கொடுத்து விட்டு...

மிதிகளையும் பெறுகிறாள், அந்த பேரழகி...

நாம் மேல்தட்டு மக்களாய்...

"சமுதாயம் மாறி போச்சு "என்கிறோம்...

கொஞ்சம் கீழே இரங்கி இங்கே வரவும்...

பெண்ணியம் காத்து இனிமைத் தரவும்..!

இவளின் கண்ணீர் இனி வரக் கூடாது...

பெண்டிரின் அழுகுரல் இனி கேட்கவே கூடாது...!

அவள் சாமியும் இல்லை...

தேவதையும் இல்லை...

உன்னைப் போல அவளும்...

ஓர் உயிர் தானே...!

அவளுக்கும் அதே மனிதம்தானே...?

நச்சினார்க்கினியன் (ரங்கா)

அம்மா

பெத்து எடுத்தவளே!
என்னை பத்து மாதம் சுமந்து பெத்தவளே!
படிக்க போகையில பக்குவம் பாத்தாயே!
பட்டம் வாங்கயில பழுதடைஞ்சு போனாலே!
அஞ்சு வயசுல அழுதா பாடுவியே!
பிஞ்சு வயசுன்னு பாடினாயோ?
இப்ப கண்ணீர் விட்டு கதறுறேனே,
கண்துடைக்க வா தாயே;
எழு வசுல எழுத சொன்னவளே நீதான,
இப்ப எல்லரிசி போடா சொல்லுரியியே!
தடுமாறிய போதல்லாம் தட்டி கொடுத்த,
இப்ப தடம் பொறண்டு நிக்கிறேன் தடவி கொடுக்க
மாட்டியா?
நீயே உலகம்னு சுத்தி சுத்தி வந்தேனே,
நீரோட சுத்த வச்சுடியியே!
கல்யாண மாலைதான் கழுத்துல தொங்கணும்டு
நினைச்ச,
கருமாரி மாலையோடு தான் உம்முன்னாடி
நிக்கனும்ணா இந்த வேதைய வெதச்ச?
தலமேல தூக்கிவழகனும் நான் நினைச்சேன்,
தலைக்கு மேல தூக்கவச்சுடயே!
வேதனைல துடிக்கிறேன் வேகமா போறியே,
சோதனைல சோந்து கிடக்குறேன் சுக்கு காபி போட
ஆள் இல்லையே!

Ramnath Tamilselvam

அவள்

புரிந்தும் புரியாத புதிர் அவள்..

புரியாத உச்சத்தின் நேசம் அவள்..

விழி வியர்கையில் மன மருந்தவள்..

விழி நோக்கையிலும் பெரும் காதல் அவள்...

தந்தையின் முழு காதல் இவள்..

சகோதரனின் முழு தாய் இவள்..

கணவனின் சரிபாதி இவள்...

மகனின் முழு மூச்சிவள்..

மகளின் மறுபாதி இவள்...

காதலால் உருவான காதல் இவள்..

இவள் மனதால் காதலை நோக்கும் வரை மட்டுமே...

இவனுக்கு அவள் காதல் இவள்...

சார்லஸ்

அவள் அழகி

சிகைக்காயால்
சிகைக் கசக்கி
கருங்கூந்தல்
கலையாது பிண்ணலிட்டு
அதில் பூச்சூடி
கண்ணுக்கு மையிட்டு
மஞ்சள் பூசிய முகத்தில்
முழுநிலவு பிறைநிலவு
என பொட்டிட்டு
கலை ஓவியமாய்
கையில் மருதாணி
வண்ண வண்ண
வளையல்கள்
காலுக்கு கொலுசு,
என அந்தக் காலம் முதலே
அலங்காரம் செய்பவள் பெண்.
இப்போது அதன் பரிணாமம்
மட்டுமே மாரி போனது.
அதையும் வசைபாடும் வஞ்சகர்களே!!!
அவள் அழகில்லையென
அலங்காரம் செய்யவில்லை
அவள் ஆசைப்பட்டு செய்கிறாள்.

Sharmila Madurai

அவளின் கனவு

சிகைக்காயால்
சிகைக் கசக்கி
கருங்கூந்தல்
கலையாது பிண்ணலிட்டு
அதில் பூச்சூடி
கண்ணுக்கு மையிட்டு
மஞ்சள் பூசிய முகத்தில்
முழுநிலவு பிறைநிலவு
என பொட்டிட்டு
கலை ஓவியமாய்
கையில் மருதாணி
வண்ண வண்ண
வளையயல்கள்
காலுக்கு கொலுசு ,
என அந்தக் காலம் முதலே
அலங்காரம் செய்பவள் பெண்.
இப்போது அதன் பரிணாமம்
மட்டுமே மாரி போனது.
அதையும் வசைபாடும் வஞ்சகர்களே!!!
அவள் அழகில்லையென
அலங்காரம் செய்யவில்லை
அவள் ஆசைப்பட்டு செய்கிறாள்.

Yoga Priya . G

இப்படிக்கு இவள்

மொட்டுகளின் மலர்ச்சியோ!

பூவிதழ்களின் பூப்படைந்த முதிர்ச்சியோ!

மயிலிறகின் மயிலாட்டம் மனதுக்குள்

தொடங்கும் மகிழ்ச்சியோ!

கண்களில் படும் காட்சியெல்லாம்

காதலை பொழியும் சாட்சியென

கவர்ச்சி வலையில் சிக்கினாயா? சிநேகிதியே!

சிதறும் ஆசை வார்த்தைகளுக்குள்

சீரழிய துணிந்தாயா கண்மணியே!

சிநேகத்தின் சாயிலே காதலின் வாயிலா?

காதலே காமத்தின் நுழைவு வாயிலா?

ஆசைக்குள் அடங்காத பேதையை

அமிலம் கொண்டு சிதைப்பது காதலா?

காதலும் போதையே கண்கள் காணாத

காமத்தின் பாதையே! இதை

சிந்தையில் நிறுத்து பேதையே ,இப்படிக்கு இவள்.

ஸ்ருதி, மயிலாடுதுறை

இவள் என்ற சரித்திரம்

கடும் வலி பிரிதலில் பிறந்து

நெடும் வழி பிறப்பை ஏற்று

சுடும் அந்த மணலில் நடந்து

தொடுவாள் எட்டாத் தொடு வானம்

ஈன்ற பிறப்பும் இவள்தான் என்று

இனம் கண்டறியா சாபப் பிறவிகள்

கள்ளிப்பால் எங்கென தேடி அலைந்திட்டு

கதறாமல் கண்மூடத் துடிக்கும் பீடர்களே

நீங்கள் அழிக்க நினைத்தாலும் அக்கினியாய்

மிதித் தொழிக்க நினைத்தாலும் சிங்கமாய்

கசக்கி எறிக்க நினைத்தாலும் தங்கமாய்

இத்தரணியில் வீற்றிடுவாள் வீர மங்கையாய்

நீ மண்ணில் பிறப்பதற்கும் இவளே

வாழ்ந்து இறக்கும்வரை துணை இவளே

உலகில் அழிவில்லா சரித்திரப் பேழை

இவள்!

புவனேஸ்வரி .அ

இவள் மட்டுமா அழகு

இறுக்கிப் பிடித்த ஜீன்ஸும்
இடை ஒட்டிய டாப்ஸும்
செம்மை பூசிய முடியும்
செவ்விதழ் சிந்தும் மொழியும்
இவள் மட்டுமா அழகு?
முன்னழகை மூடும் சால்வையும்
முட்டியைத் தாண்டிய சல்வாரும்
மென்மை ஏந்திய முகமும் மென்கரம் சூடும்
வளையமும்
இவள் மட்டுமா அழகு?
புடவைக் காட்டும் சிற்றிடையும்
புருவம் உயர்த்தும் சிறுமலையும்
தேய்ந்து போகாத கொலுசொலியும்
தேனினைக் கலந்த சுவைமொழியும்
இவள் மட்டுமா அழகு? ஆறிலிருந்து அறுபது வரை
அனைத்துமாய் ஆன அழகு இவள்!

காவியா செங்கொடி

இவளுந்தான்

பொழுது விடிஞ்சு சிரிக்கும்போது பரட்டைத்தலை
முடிஞ்சுடுவா

அழுது வடியும் தெருவ பெருக்க விருட்டுனு இவ
எழுந்திடுவா

கட்டக்காபி பச்சை டீனு

கலர்கலரா மோாண்டு ஊத்தி

திட்ட த்திட்ட தூங்கும் பலர வட்டம் போட்டு
எழுப்பிடுவா

வீடு அலற மிக்ஸி ஓட்டி

வகை வகையா சட்னி அரைச்சு

நாடு மிரளும் உப்புமாவ நெனச்ச நேரம் கிண்டிடுவா

சீனி உப்பு குழப்பம் கலைஞ்சு

சமையல் சுபம் போடும்போது

கோணி மூட்ட நிறைஞ்சு வழியும்

கம கமனு துணி அழைக்கும்

மாறிப்போன கருப்பு பேண்ட்ட

மூணு தடவ மடிச்சுடுவா

ஏறிப்போன பருப்பு விலைக்கு

ஏழு கணக்கு போட்டிடுவா

தொண்டை விக்கும் போது கூட துடைப்பத்த இவ
விடுறதில்ல

ரெண்டு நிமிஷம் ஒய்ஞ்சு இருக்க

காலுக்கு இங்க நேரமில்ல
நம்ம தேவை புரிஞ்சிடத்தான் நித்தம் இவ
நெனச்சிடுறா
பொம்மையில்ல புரிஞ்சிடுங்க
பாராட்டை பொழிஞ்சிடுங்க
நல்ல வார்த்தை நாலு பேசி
நெஞ்சம் குளிர வெச்சிடுங்க
செல்ல மக இவளுந்தான்னு
சொல்லாம தெரிஞ்சுடுங்க

Lavanya R Senthil

இவளின் கோபம்

உன்கிட்ட எனக்கு பேச்சு இல்ல கிளம்புடா என்கிறாள்
எனில்அதன் அர்த்தம்..
என்னை பேச வை, என் கோபம் களை,
என்னிடம் மன்னிப்பு கேள், என் கன்னம் திருப்பி,
என் கண் பார்த்து கெஞ்சு,
என்னை கட்டியணை, சில நூறு முத்தங்கள் இடு,
செல்லம் கொஞ்சு.
எனக்கு பயப்படுவது போல் நடி,
இனி என் பேச்சைக் கேட்பேன்
என் பொய்யாவது சொல்,
நானுந்தன் காது திருகினால் வலிக்கிதெனப் பதற்றம்
செய்,
முடிந்தால் போலியாக கண் கலங்கு,
எனக்கு பிடித்தது யாதையும் வாங்கித்தா,
போதுமா என கேட்காதே,
கொஞ்சம் பெரிய மனதோடு,
இப்போதைக்கு உன்னை மன்னித்து.
மோட்சம் தருகிறேன் உனக்கு

Ram Kumar. S

இயற்கை அன்னையே

ஆதியும் அந்தமும் அற்றவள் இவள்!!

இசையென காற்றைச் சுமந்து திரிந்து

உயிரினைப் படைப்பவள் இவள்!

ஈகை என்னும் குணம் கொண்டு தனக்கென எதுவும்

வைத்துக்கொள்ளாமல் தரணிக்கு வாரி இறைத்த

தாரகை இவள்!

உலகின் உதிரத்தில் உயிர்நாடி இவள்!

ஊண் உணவு அளிக்கும் உவமைத்தாய் இவள்!

எண்ணத்தில் பெண்மை அவள்!

ஏற்றத்தில் வானம் இவள்!

ஐம்பூதம் சுமந்து இப்பாரினைக் படைத்தவள் இவள்!!

ஒருயிர் முதல் பேருயிர் வரை படைத்து காக்கும் கடல்
இவள்!

ஓய்யாரமாய் மேடை போட்டு ஆட்சிசெய்யும் அரசி
இவள்!

அவள் பெருமைப்பாட ஓர் கவி போதாத.

ஔவையின் அழகிய பெதும்பையிவள்!

அஃங்ஙனம் நானும் பெருமைகொள்கிறேன்

பெண்ணாய் பிறந்ததற்காய்!

கவிஞர். சங்கீதா நாகு

இறைவி

திக்குத்தெரியாத கேள்வி நான்.

அண்டம் ஆளும் சக்தி நான்.

ஆகாயம் இல்லை எல்லை.

தீ என்றால் காட்டுத் தீ.

உவமை அற்ற உவமேயம் நான்.

மானுட சாதி நிலைக்குமோ நானின்றி.

அந்த மானுடம் காக்குமோ

எனை இன்று.

சம்பட்டி கொண்டு சாட்டை அடி,

சாகாத சரித்திரம் நான்.

சாவிலும் வாழ்வேன்,

வீழ்விழும் துளிர்ப்பேன்.

சாஸ்திர சடங்கினில் மடியேன்.

நானே இறைவி,நானே பெண்.

Saraswathi saravanan

என் காதலியின் அழகு

கருநிறமுடைய காந்த கண்கள்.
இந்த கண்களை கண்டவுடன் கரைந்தேனே,
அவள் முகத்தில் இருக்கும் புன்சிரிப்பு.
இந்த சிரிப்பை பார்த்தால் துக்கங்களும் தொலைந்து
போகும்.
இரவை பொலிவு படுத்த சந்திரன் வருவது போல,
அவள் முகத்தை அழகு படுத்த அந்த ஒற்றை பொட்டு
போதுமே.

அவளை போல யாரும் இல்லை-ஏனெனில்,
தன்னிடம் உள்ள பருக்களையே மச்சமாக மாற்றும்
திறமை கொண்டவள்.
இந்த காலத்தில் தாவணி அணியா பெண்களிடையே,
தாவணியை இவ்வாறு அணியவேண்டும் என்று எனக்கு
உணர்த்தியவள்.
மொத்தத்தில் இவள் பிரம்மன் செய்த சிலை அல்ல,
அவள் தந்தை தாய் செதுக்கிய சிற்பம்.

Murali E.k

என் பெண்ணவள்

என் தேவதை என் பெண்ணவள்
எனக்காகவே வரமானவள்.....

என் நெஞ்சிலே ஒரு பூவானவள்
என்னோடு தான் வரும் காற்றவள்....

நான் எதைச் சொல்வது
என் இதயத்தில் அவள் துடிப்புள்ளது....

மழை நீரிலே ஒரு தேனுள்ளது
அவள் உமிழ்நீரிலே என் உயிருள்ளது....

காற்றின் கீதத்திலே ஒரு காதல் பிறக்கின்றது
அவள் மூச்சின் வாசத்திலே என்
வாழ்க்கை நகர்கின்றதே!!....

வரும் நாட்களில் என் வசந்தம் அவள்
நான் தரும் கீதத்தின் தாயானவள்....

மு.வெங்கடேஷ் குமார் @VK

என் பொண்ணே

உன் கடிகார முள்ளெல்லாம்

நான் உடைச்சு போட்டுட்டேன்

எண்ணுள்ள முள்ளு குத்துதம்மா..!

ஊர் பேச்ச கேட்டு தான்

உன் உயிர பறிச்சிட்டேன்

என் ஆணவம் அழிஞ்சு போச்சம்மா..!

மிளகா மண்டியில பல்லியானே நானே

என் பொண்ணே, உன்ன கொன்ன பாவம்

எனக்குள்ள சாகாம சாகுறேனே...

ஒசக்க இருக்கும் வானம் உனக்கு அழுகுத்தம்மா...

கண்ணமூடி தூங்குன உன்ன உசுபுத்தம்மா...

உன்ன கொன்ன பாவம்நெஞ்சம் உறுத்துதம்மா...

காணாத இடத்துக்கோடி போகாம

அப்பான்னு என்ன தேடி வந்தா

ஆசாசையா வளத்த பொண்ணு

அவ ஆச பட்டு கேட்டா

வேசம் போட்டு நானும்

கொன்னுபோட்டேனே

வந்தவன் போனவன் சொன்னதுக்கு

ஆணவக்கொல பன்னிப்புட்டேனே

ஊர்வாய் அடைக்க

பிள்ளைய கொள்ள போனேன்

இப்ப ஊரும் பிள்ளையும் காணும்

கோவம் என்னத்துக்கு..?

உலுக்கி போடும் சாவு

உனக்கு கொடுத்த எனக்கு

எதுக்கு இந்த உசுரு என்னத்துக்கு..?

ஆர்யா

என்னுள் இவள்

முகம் கொள்ளா பொலிவுடன் கண்ணீரெல்லாம்..

கன்னங்களில் தேக்கி உதட்டினில் புன்னகை எனும்

சாயம் பூசி கொள்ளும்....

சுதந்திர பறவை இவள்...

அடுப்பங்கறைக்குள் சுற்றித் திரியும் சுதந்திரமான

பறவை இவள்....

பதின்ம வயதில் கற்றுக் கொள்ள வேண்டிய

அனுபவமெல்லாம்....

பாதி வயதில் அறிந்தேன்...

நீ வந்து விடுவாய் எனவும்.

என் கள்வன் வந்து விடுவான் எனவும்... காதல்

செய்து... கரம் பிடித்து..

இவளை ராணியாக்கிக் கொள்வான் எனவும்....

காத்திருக்கும் ராதை இவள்....

தனிமை விரும்பி இவள்

யாருமில்லை என்பதில்லை....

எல்லோரும் இருந்தும்....

ஆதரவாக தோள் தர

யாருமில்லை என்பதால்....

இவள் வாழ்வினிலும்...

இருள் என்னும் நிலவு மறைந்து...

கதிரவனை ரசிக்கும் நாளெல்லாம் வரும்.... என்றோ
ஒரு நாள்....
இவளை இவள் யூகித்த வார்த்தையெல்லாம்
கண்ணீரும் கவலையோடும்
விடைபெறுகிறது.....
புன்னகையில் தொடங்கி
எந்நகையில் முடிக்கிறேன்....

சரண்யா தேவி குமரவேல்

ஏன் படைத்தாய்?

கல்யாணம் என்ற

கறை படிந்த கைகளுக்குள்

இன்னும் எத்தனை காலம் தான்

இழிவு வாழ்வுதனை வாழ்வாய்   இல்லாளே?

அடுக்கலையிலும் பள்ளியறையிலும்

ஆயுட்காலத்தை தொலைத்தவளே...

ஆணுக்கு பொழுதுபோக்கானவை கூட

உனக்கு மட்டும் ஏன் போராட்டமானவை?

கணவனின் பெயரில்

பிணைக்கப்பட்ட போதே - உன்

சுயத்தையும் இழந்துவிட்டாய்!

சுகத்தையும் மறந்துவிட்டாய்!

திருமணம் என்பது போர்க்களமா

நிரந்தர சிறைச்சாலையா? இல்லை

பெண்களை ஆராட்சி செய்யும் ஆய்வு கூடமா?

படுக்கைவிரிப்பை சரி செய்வதும்

வீட்டை அலங்கரிப்பதும்

புதிய சமையலைக் கண்டுபிடிப்தும் தான்

இதன் பரீட்சைகளோ?

வலியெல்லாம் நீ பட்டு

வழிகாட்டும் தாயவளே....

சோடனை வார்த்தைகளில் - உன்

சோதனைகள் போய்விடுமோ?
ஆணாதிக்க உலகினிலே
பெண்ணென ஒரு வர்க்கத்தை
ஏன் படைத்தாய் - இறைவா இப்படி
பெண் பலி கொடுப்பதற்காகவா?

தோழி கவிதாயினி

உன்னிலிருந்து தொடங்கு

தாயின் கருவறை இருட்டில்

ஏதொன்றும் அறியாமல் இளைப்பாறினாய்...

மகளே- உனக்கான போர்களம் வெளியே...

வியந்து பார்க்காதே....

இது விசித்திர உலகம் ...

உறங்கும் போதும் உன் கண்கள் திறந்தே

இருக்கட்டும்....

வெறிநாய்களின் மோகம் தீர்க்க

நீ என்ன ஜடமா...

உன் துயில் உரிக்க நினைத்தால்

அவன் உயிர் போகும் என அஞ்ச வேண்டும்...

உனக்கான உலகில் உன் வாழ்க்கையை

உன்னிலிருந்தே தொடங்கு......

நிச்சயம் ஒருநாள் எல்லாம் மாறும்.....

சி. கார்த்திக்...

ஒரு துளி விதையாய்

தூசு படிந்துப்போன அறையில்
இருள் தோய்ந்த இரவொளியில்
ஒவ்வொரு துளிகளாய் வழியும்
கண்ணீரோடு காத்திருந்தேன்!

சோகம் நிரப்பிக்கொண்டதால்
மரணவலியில் முடிந்துப்போன எந்தன் வாழ்விற்கு
முற்றுப்புள்ளி
வைத்திட மட்டும் மனமில்லை!

அத்தனையும் தாங்கிக்கொண்டு
அமைதியாய் தைரியத்தோடு
கனவுகளை தேடிப்போகிறது
உனக்கான எந்தன் இதயம்!

இறுதியில் தீர்ந்துப்போன
கடைசித்துளிகள் மெதுவாக நகர்த்துகிறது
நம்பிக்கையோடு என்னை புதிய உலகிற்கு....!

DINESH KUMAR J

கரு உதிரதுளி

சுகமான சுமையை உணர்ந்தவளே!

தத்தித்தத்தி வந்த என்னை தங்கமென்று தாங்கியவளே!

கண்ணுக்குள் எங்களை வைத்து காவலுக்கு இமைகள்

வைத்து கங்காரு குட்டிபோல் கவனித்தவளே!

உண்ண உணவு உனக்கில்லை என்றாலும் என்னை

உண்ண வைக்க நிலாவையே உலா வர வைத்தவளே!

பிறையாக இருந்தவளை முழுமதியாக

உருவாக்கியவளே!

தன்னை தானே செதுக்கும் சிற்பியாக துணிந்தவளே!

தித்திக்க தித்திக்க திகட்டாத இன்பம் இவளே!

கருவறையில் நீ என்னை வைத்தாய்...

கருவிழியில் நான் உன்னை வைத்தேன்..

என்தாயே! மறுஜென்மென்று எனக்கிருக்கையில் நானே

உன் தாயாக...

S. Monisha

சக பெண்ணல்ல நான்

அனைவருக்கும் பணிவிடை செய்து

அன்றாடம் அலங்காரம் கொண்டு

அசைவில்லா பொருட்களுடன்

அன்பு பரிமாறி........

நித்தம் உணவு சமைத்து

இறுதியில் என்னை மறந்து நிற்கும் சாதாரண

பெண்ணல்ல நான்...

என்னை முன்னிலை படுத்தும் என்னவனோடு ஏற்ற

இறக்கங்களில் கைகோர்த்து

என்னின் இயலாமை தகர்த்து

சரித்திர பெண்ணாய் மாற

பிறந்த மங்கை நான்.

கீர்த்தனா ஸ்ரீ

சிங்கப் பெண்ணே

இடர்தரவே கயவர் கூட்டம் அலைந்தாலும்..
இன்னல் பல இடைவிடாது வந்தாலும்...

இதயத்தில் தன்னம்பிக்கை சுடரதனை ஏற்றி...
இமைப்பொழுதில் துச்சமாக அனைத்தையும்
தூக்கியெறிந்து...

இயந்திரமாய் கணநேரமும் ஓய்வின்றி உழைத்திடும்...
அவனி வியக்கும் அதிசயப் பிறவியே...

மாந்தரெல்லாம் உனைப் போற்றி வணங்கிடவே...
யாவருக்கும் இப்பிறவி ஒன்று போதாதே...

வீறுகொண்டு சுழன்று வரும் சூறாவளியே...
வென்று மகுடம் சூட்டினாயே ஆணினத்தையே...
மலையளவு மனவலிமையுடைய சிங்கப் பெண்ணே...
நின் புகழ் வாழிய வாழியவே!

கவிஞர்   அமுதகவி எகே

தங்கச்சி

என் முதல் குழந்தையாய்

என் மடியில் தவழ்ந்தாள்!

அவள் சிரிப்பில் நான் என்னை மறந்தேன்!

அவள் என் மேல் காட்டும் பாசத்திற்கு

ஈடு இணை இல்லை!

அவள் என்றும் சொல்ல மறக்கமாட்டாள்

டேய் அண்ணா என்ற சொல்லை!!

தனிமையில் என்னை விட்டதில்லை...

மாற்றாரிடம் என்னை விட்டுக்கொடுத்ததுமில்லை!

அம்மாவிடம் என்னை பற்றி

குறை கூறுவாள்...

அப்பா என்னை அடித்தால்

ஐயோ என துடித்துபோவாள்!

எங்கள் வீட்டு கடைகுட்டி!

அவள் என்றுமே சுட்டி!

என்றோ நாம் பிரியவேண்டும்   என்றாலே கண்

கலங்குதே!

முகவை ப.சிவபிரகதீஷ்

தாய்மை

இதயம் துடிக்கும்   இனிய ஓசையை,

இன்பமுடன் இம்மையில் இனிதாய் ரசிக்கும்

இனியவளே!

இதுவரை எதிர்காலம் பற்றி யோசித்த அவள்,

இனி

நீயே என் எதிர்காலம் என்று நேசிக்க

ஆரம்பித்துவிடும் அன்பின் அடிமையே!

பிரசவத்தின்போது,

மரண படியை மிதித்து. மறுபடியும் வந்து,

முதலில் முத்தமிடும். முழு முதற்கடவுளே!

என் கண்ணை ரசிக்கும். உன் கண்கள்,

இரவும் பகலும் சிமிட்டாமல்,

காவல் காக்கும் காவலாளியே!

தவறு செய்தாலும் தண்டிக்காமல்,

தட்டிக் கொடுத்து திருத்தும். தலையாய ஆசிரியையே!

தன்னலமின்றி,

என்னலத்தில் அக்கறை காட்டும் அற்புதமே!

ஜனன மரண இடைவெளியில் நல்வாழ்வு கிட்ட,

நாள்தோறும் வேண்டுபவளே!

கண்ணே மணியே கண்மணியே

என்று வர்ணித்த அவளை,

என்னவென்று நான் வர்ணிக்க!

என் எண்ணங்களை புரிந்துகொண்ட என்னவளை

என்னவென்று எழுத?

தாயென்னும் தனித்துவமே,

தரணி சொல்லும் புனிதமே,

மீண்டும் உனக்குள்

குடியிருக்க,

தவமிருக்க,

வரம் தா தாயே!

மஞ்சு. கி

தாயின் தியாகம்

வெண்ணிலவின் அழகை உடையவளே!

கருணை உள்ளம் கொண்டவளே!

என் நெஞ்சில் கலந்தவளே!

என் உயிரை காத்தவளே!

என்றும் என் அன்பானவளே.!

என் உயிரில் கலந்தவளே!

மனதில் ஆணியாக நின்றவளே!

ஏக்கத்தை நொடியில் தீர்த்தவளே!

என் தேகம் முழுதும் காத்தவளே!

என்னை நெஞ்சில் சுமந்தவளே!

உலகத்தை எனக்கு காட்டியவளே!

உன் இன்பத்தை எனக்காக மறந்தவளே!!

பசியை மறந்த தியாகியே!

என்னை ஈன்ற தாயே!

என் சாதனை கண்ணே!

மு.ஹர்ஷினி

தேவதை இவள் (நடமாடும் தேவதைகள்)

மெய் மறந்து சிரிக்கிறாள் -என்னை

மெய்மறக்க வைக்கிறாள்...!

மொழிகள் மறந்து வியந்து பார்க்கிறேன்..!

என் மொழியாய் மாறிப்போய் நிற்கிறாள்..!

சோகம் சொல்லிடாமல் புரிந்துகொள்கிறாள்- அங்கு

மறைத்து வைக்க ரகசியமாய்

ஏதுமில்லை என்று உணர்த்தியவள்..!

உணர்வுகளோடு வாழ்கிறாள் -ஏனோ

உணர்வதையும் புரிந்துகொள்ளும்

நிழலாய் நிற்கிறாள்..!

இயல்வாய் குறும்புகள்

செய்கிறாள் - சில

குறும்புகளுக்கு கடிந்தும் கொள்கிறாள்!

வாழும் தேவதையாய்

வழிகாட்டும் தீபமும் அவள்..!

சினம் கொண்டால் கண்ணகியாய்

அரவணைப்பதில் அன்னையாய்..!

அகல் விளக்காய் ஒளிரும்

ஆதவனும் அவள்..!

அவள் யார்..?

என்னை எழுதும் பேனாக்களில் எழுத

நினைத்தேன்..!

அவளும் அன்பால்
தேவதை (பெண்)யாய்...!
என்னோடு உறவாடும்
நடமாடும் தேவதைகளாய் -இங்கு
இவள்..!

அனி *(Aniii)*

பஞ்ச பூதங்களில் அவள்

பரந்து விரிந்த

மனப்பரப்பில் பெண்ணவளும் வானளவு உயர்ந்து

நொடியினில் மூச்சளிக்கும் காற்றும் தாயவளின்

தாய்மையில் மோட்சம்பெற்று

அநியாயம் கண்டகணம்

தீப்பிழம்பில் உக்கிரமெடுத்து

இடம் தகுந்தாற்போல்

வளைந்து கொடுப்பதில் நீரையும் மிஞ்சி

தோண்ட தோண்ட

நிலம் காக்கும்

பொறுமையின்

எடுத்துகாட்டென

பூதம்ஐந்தை ஆட்சிசெய்து

பூமியினில் நிலைத்து

நிமிரும் மானுட

பெண்ணும் அவளே!

மாயாதி

பாரவை

அடுப்பங்கரையில் என்னைச் சிறை வைத்தாய்...!!!

ஆராய்ச்சியில் பறந்தேன் ஆகாசப் பறவையாய்...!!!

இழிவாய் எனை நீயும் எண்ணினாய்...!!!

ஈறிலியாய் மாறினேன் எண்ணற்ற கனவுகளுடன்...!!!

உபதேசம் செய்து ஒதுக்கி வைத்தாய்...!!!

ஊக்கம் கொண்டு எழுந்தேன் எரிமலையாய்...!!!

எழுத்துக்களை கற்க தடை விதித்தாய்...!!!

ஏணிபோல் முன்னேறினேன் படிப்படியாய்...!!!

ஐயம் சொல்லி என்னை வளர்த்தெடுத்தாய்...!!!

ஒதுக்குதல் ஒன்றையே கையாண்டாய்...!!!

ஓங்காரமாய் நின்று அதிர்வேன் என்றும்...!!!

ஒளவியம் தவிர்த்து இருப்பேன்...!!!

அஃதே வாழ்வாய் ஏற்பேன்...!!!

பொறுத்தாளும் பூமியாயும் மகிழ்ந்திருப்பேன்...!!!

பொங்கியெழும் கடலாயும் ஆர்ப்பரிப்பேன்...!!!

~பெண்மை

ஜெயஸ்ரீ பொன்னுச்சாமி

பெண்

பெண்மை...

பிறப்பில் பூவாய் பிறந்து...,

வாழ்கையில் மலராய் மலர்ந்து...,

வயிற்றில் கருவை சுமந்து...,

கணவனுக்கு காதல் தந்து...,

மகனுக்கு மடி தந்து...,

அண்ணனுக்கு பாசம் பகிர்ந்து...,

நண்பனுக்கு தோள் தந்து...,

வார்த்தைகளில் நசுங்கியும்...,

தேகம் சுருங்கையிலும்

அவனுக்கு முன் சென்று விட

வேண்டும் என நினைக்கும்

பெண்மையே நீ பேரழகு...

"சொல்ல வரிகளும் இல்லை...

வார்த்தைகளும் இல்லை..."

Kaviraj. B

பெண்ணியம்

பெண்ணாக பிறந்ததில் பெருமையேதும்
கொண்டதில்லை....!
பெண்ணியம் போற்றும்   மறு பாரதியை
கண்டதில்லை....
கற்பனை கனவெல்லாம் கானலாய் கலைந்திட...!
கருவறையின் நிம்மதி மணவறையில் முடிந்திட...!
வீட்டு வேளையும் ஒரு வேலைதானே என்று பொங்கி
எழுந்தது கோபம் மணமுடித்த மன்னவனே மட்டம்
தட்டிப் பேசும்போது....சமையலறையிலே
முடிந்துவிடுமோ...
இந்த பாவியின் வாழ்க்கை...!
எதிர்த்து பேசினால் வாயாடி... பேசாமல் இருந்தால்
கோழை...
கண்ணீர் சிந்தினால் அழுமூஞ்சி....காயத்தை
மனதிலேயே போட்டு புதைத்தால்
கல்நெஞ்சகாரி.....இன்னும் என்னவெல்லாம் பெயர்
சூட்டுவார்களோ....
பெண்ணாய் பிறந்த பாவத்திற்கு....

Brindha.R

பெண்ணின் பெருமை

இங்கு

கருவிலே கொல்லப்படுபவளும் நானே.,

பிரசவித்த பின்னே கள்ளிப்பால் குடிப்பவளும் நானே.,

விளையாடும் வயதில் துள்ளி குதிப்பவளும் நானே.,

எதுவும் அறியாமல் பாலியலை சந்திப்பவளும் நானே.,

பள்ளி படிப்பில் பல சாதனைகளை படைப்பவளும்
நானே.,

வயது வந்த பின் அடக்கப்படுபவளும் நானே.,

விறுப்பு, வெறுப்பின்றி திருமணம் காண்பவளும்
நானே.,

அன்பை அறுவடை செய்யும் அன்னையும் நானே.,

கோபம் கொள்ளும் காளியும் நானே.,

ஏன்

வீட்டையும் ,நாட்டையும் வழிநடத்தும் நாயகியும்
நானே.,

நான் என்ற கர்வம் கொண்டவளும், கொள்ளாதவளும்
நானே.,

இப்படியாக

நானே நான் ஆனேன் "பெண்ணாக"...

G. Parthipan

பெண் தொழிலாளி

தென்னையும் பெண் தானோ!

கீழ் குனிந்து கூட்டிக் கூட்டி

குறுக்குடைந்து குனிந்தவாறே நிற்கிறதே

அவள் அவசியம் வேண்டிய உனக்கு

அவள் ரகசிய ங்களைக் கேட்க நேரமுண்டோ

பேருக்கு தான் வீட்டுக்கே நாச்சி என்பார்கள்

ஆனால்

இவளின் பேச்சை செவிக்கவோ முகம் சுளிக்கும்

கணவன்மார்கள்

காயாக்கினாலும் கறியாக்கினாலும்

கடைசியில் இவளுக்கு இஞ்சுவதோ மிஞ்சுவதோ

மிச்சங்களே

ரத்தம் சிந்தி உழைப்பதோ நாங்கள்

உண்டு உறங்கும் இவளுக்கு எதற்கு இக்கவிதை

என்போர்கள்

பெண்களும் வேலைக்குச் செல்லும் சமுதாயம்

வளர்ந்துவருவதை மறவாதீரே!

Rathina Kumar

பெண் விதி

வீட்டுக்குள் பூட்டிக் கிடந்தவள்!
வீதிக்கு வந்திட மறுத்தவள்!
ஆணுக்கு போதைப் பொருளவள்!
பெண்ணடிமை போற்றி நின்றவள்!
பெண்ணுரிமை பறிக்கப் பட்டவள்!

கள்ளிப் பாலின் கதாநாயகி!
கணவன் போனால் உடன்கட்டை!
கலங்கல் வந்தால் மனம்கட்டை!
கூலி இல்லாத வேலைக்காரி!
கண்ணீரே அவளின் சொத்து!

பாரதி கண்ட புதுமைப்பெண்!
புதிதாய் இன்று பிறந்தாளே!
அடிமை சங்கிலி அகற்றினாள்
அகிலம் ஆண்டிட புறப்பட்டாள்!
ஆணின் கொடுமை அழிந்தது!!

திருநெல்வேலி SK.சதிஸ்

பூப்போன்ற பெண்மணி இவள்

மென்மையான குணம் கொண்ட தன்மையோடு,

இலகுவான மனங்கொண்ட நிலையாக இருப்பாள்.

பூக்களில் இருக்கும் வகைகள் போல,

இவளிடமும் இருக்கிறது அழகான உணர்வுகளில்.

பூக்கள் நிறைந்த பூஞ்சோலையில் பூவாக,

இதயங்கள் நிறைந்த இடத்தில் உயிராக.

வாசம் மாறாது வாசனைகளும் பொய்க்காது பூக்களிடம்,

மனமும் மாறாமல் மகிழ்வோடு மகிழ்வினைத் தருவாள்.

காலையில் பிரகாசிக்கும் பூக்கள் மாலையில்

மறைக்கும்,

ஆனால் எந்நேரத்திலும் எவ்விடத்திலும் ஒளிப்போல

மின்னுவாள்.

பூக்களுக்கு கோபம் வந்தாள் முள்கொண்டு எதிர்க்கும்,

ஆனால் இவளோ கோபத்திலும் அன்பால்

அணைப்பாள்.

அதற்கும் ஒரு அளவுல்லது மனிதப் பூக்களே,

பூப்போன்ற பெண்மணியும் சீறுடன் பொங்கி எழுவாள்.!

அந்த எழுச்சியிலும் மிகுதியாக மகிழ்ச்சியே இருக்கும்

அவளுக்குள்.!

Dinesh (தினேஷ்)

பூவுலகின் தேவதை

பெண் இவள்,

மண்ணின் பெருமை இவள்.

பண் இவள் பண்ணின் பொருள் இவள்.

சொல் இவள் சொல்லின் அர்த்தம் இவள்.

கருவறை இவள்,

தனில் விற்றிருகும் தெய்வமும் இவள்.

தாரம் இவள்,

தன்னலம் இல்லா தாய் இவள்.

தரணி இவள்,

தனில் புனித பிறப்பிவள்.

இவள்,

இவ்வுலகில் இறங்கி வந்த இறைவி.

கமலப்பிரியா

மங்கையின் மாதவம்

உன் வீட்டிற்கு விளக்கேற்றும்
மகாலட்சுமியாய் நான் வரணும்..
உன் பாதத்தில் மட்டும் கற்பு நெறி தவறா புனித
கற்பூரமாய் எரியணும் ..
அந்நிய ஆண்களின் பார்வை படும் பொழுது கணல்
கக்கும் எரிமலையாகணும்...
தாயை விட அதிக பரிவோடு உனக்கு அன்னமிட்டு..
நின் எச்சில் என் அமுதமாய் உண்ணணும்...
உன் விருந்தினர் வருகையில் அரும்பிய மலராய் முகம்
மலர்ந்தே இருக்கணும்..
உன் கொஞ்சல்களில் குழந்தையாகணும்..
நின் விளையாட்டுகளில் பொம்மையாகணும்...
நீ அழைக்கும் போதெல்லாம் அவிழ்ந்து கிடக்கணும்..
உன் படுக்கையில் தாசியாக மாறி..
நின் ஆசை நாயகிகளுக்கு தமக்கை ஆகணும்...
நின் கால்கள் பிடிக்கையில் என் விரல்கள் இயந்திரம்
ஆகணும்..
நீ நோயில் படுக்கையில் என் கரங்கள் கழிப்பறை
ஆகணும்..
உன் நெஞ்சில் நினைப்பதை உடனே முடிக்கணும்...
நீ ஊடல் கொண்டாடும் பொழுதுகளில் பூமியை போல
பொறுமையை கையாளணும்..
நீ மடிந்தால் அந்நியன் பார்வைக்கு விருந்தாகணும்...
இதுவோ மங்கையின் மாதவம்?

தமிழினி

மங்கையின் மறுமலர்ச்சி

வேண்டாம் என ஒதுக்கினீர்
வேண்டும் என்று மீண்டு வந்தோம்!
இவளா என இழிவு செய்தீர்
இவளே இவள் தான் என எழுந்தோம்
போகாதே தொடாதே தீட்டு என்றீர்கள்
திங்கள் போல் உதயமானது எங்கள் புகழ்
கற்புதான் கண்ணிக்கு அடையாளம் என்றனர்
அத்தோடு கல்வியும் இணையுங்கள் என்றோம்!
எங்களுக்கு வேண்டியதை வேண்டுகிறோம் என
தானம் கேட்கவில்லை தானாக பெற முயற்சிக்கிறோம்!
முடிந்தால் உதவுங்கள் முட்டுக்கட்டை போட
வேண்டாம்!.
முன்னேறும் வழி அறிந்தோம் _கால்பதிப்போம்! காலம்
வெல்வோம்

Loganayaki. P

மங்கலமான மங்கை இவள்

இவளைப் போற்றி தூற்றி மொழி வடிவில்
எழுத்து வடிவில் பேச்சு வழக்கில் பல பரணி
வந்தாலும் நீரோடு இருக்கும் பல ஒற்றுமை
வைத்து கவிகள் பாடிய போதும் மஞ்சளாய்
மிளிரும் இவளை ஆராதித்தேன்!

மஞ்சளின் பேராற்றல் மங்கைக்கு உண்டு
என்று முழுமதியும் வியப்புடன் பார்க்க
மண்ணடியில் புதைத்தாலும் பெருகும்
கிழங்காய் கீழே மிதித்தாலும் இருளிலும்
ஒளிரும் இவள் என்றும் பேரதிசயமே!

மஞ்சளின்றி தொடங்காது ஒரு காரியமும்
இவளின்றி அசையாது ஒரு அணுவும்!
மங்களமான மங்கை இவள் வலி
நிவாரணியாய் கிருமிநாசினியாய் பிடி
மஞ்சள் கணபதியாய் காரியம் காப்பவள்
இவள் நிகரற்ற நித்தியம் என்றும்
உலகின் உன்னத சத்தியம்!

செல்வமொழி

மலர் போல் தான் இவள்

பல ஆசைகளோடும்,

பல கனவுகளோடும்,

ஒற்றை மொட்டு எட்டிப்பார்க்க,

கொட்டிய மழையிலும்,

பட்ட வெளிச்சத்திலும்,

படபடவென வளர,

பட்டும் படாமலும் பலரும் பேச,

கேட்டும் கேட்காதது போல்,

தன்னை பிடித்தவரை அழகாக்கி,

தனக்குள் தஞ்சமடைந்த,

துளியைக் கூட காப்பாற்றி,

சில கால வாழ்க்கைக்காக,

பல காலம் பயணம் செய்து,

காய்ந்து கருகி போனாலும்,

இன்னொரு உயிருக்கு விதையாகி,

தான் அழிந்தாலும்,

தன்னை உரமாக்கி,

இன்னொரு உயிரை வாழ வைக்கும்,

மலர் போல் தான் இவள்!

சதாக்ஷி சி

மனிதி

காதலில் விழாத மனிதி இவள்.
காதலில் விழாத இவள்வா, ழ்க்கை கனவுகளில்
விழுந்து விட்டாள்.
பாரதி காண நினைத்த புதுமை பெண்ணிவள்.
பைந்தமிழ் கற்ற பாக்கியசாளி இவள்.
காயங்கள் நிறைந்த இவள் வாழ்வில் காதலும் கடந்து
போகும்.
இவள் கண்டது கனவு மட்டுமல்ல, இவள் வாழ்வே
வெறும் கனவாய்
களைந்திருக்கும் பலநாட்களில்.
கண்ணீர் இவள் எதிரியாய் காயங்கள் நிறைந்த இவள்
வாழ்வில் வாழ்வை சரி செய்ய
சிறகடித்துப் பறந்திடுவாள்
அவன் சிந்தனையில் சிக்கி தவிக்கும் புறா இல்லை
இவள்,
சிறகடித்துப் பறக்க நினைக்கும் சுதந்திர புறா.
சுதந்திரத்தை தேடும் இந்த புறாவிற்கு காதலும் கூண்டு
தான் கல்யாணமும் ஒரு கூண்டு தான் .
இவள் காதல் ராணி இல்லை ஆனால் சுயமாக
வாழ்வை அலங்கரிக்க காத்திருக்கும் கனவு ராணி.
அச்சம் என்பது துளியளவும் இல்லா அஞ்சாமை அழகி
இவள்.
காற்றில் காற்றாய்ப ப்பறந்து பரந்த உலகை பார்க்க
நினைக்கும் பரந்த மனம் கொண்டவள் இவள்.
என்றும் இவள் ஒரு தொடர் கதையே.

Buvaneshwari. N

மெல்லினமே

கடுஞ்சொற்கள் பஞ்சாகும்

வார்த்தைகள் யாவும் நம்மை காக்கும் வாரணமாகும்

சிந்தை அனைத்தும் சிதைந்து போகும் சின்னஞ்சிறு

சிரிப்பால்

பாசமும் பார்த்து வியக்கும் பெண்ணின் பாசத்தால்

சுட்டெரிக்கும் சூரியனும் சுருண்டு போகும் இவர்களின்

துணிவால்

வஞ்சமில்லா நெஞ்சம் கண்டு வஞ்சமும் நடுங்கும்

கொஞ்சம் கொஞ்சம் வார்த்தைகளில் கோபம்

தோற்றுப்போகும்

ஒவ்வொரு செயலும் புது கவிதைகளாகும்

கவிஞர்கள் யாவரின் மனமும் அதை வர்ணிக்க

உவமைகள் தேடும்

தேடியது கிடைக்காமல் அம் மனங்கள் யாவும்

பாவையின் பாதங்களை நாடும்

பாரில் உள்ள உயிர்கள் அனைத்தும் தன் பிறப்பிற்காக

மெல்லினத்தை போற்றும்.

V.S.Kaarthikvel

மெழுகு மனம்

உச்சி முதல் பாதம் அழகிய வர்ணம்

உதிர்ந்தும் உதிரா கலையின் கணம்

பருவ தோட்டத்தில் மிளிரும்

சிறகு இல்லா சிலை உருவம்,

பருத்தி பஞ்சும் படர் மேனியில்

அரவணைத்து உறங்கும்,

பட்டாடையும் தென்றலாய் உலாவும்

அலங்காரம் இல்லா அகத்தில் புறத்தில்

ஆழமான அன்பும் ஆழ்கடல் பாசமும்

மதிமயங்கி காண தோன்றும்...

கரையும் மண்ணிலும்

கலங்கிடும் மனதிலும் பூட்டப்பட்ட

கனாவின் நினைவு

மெழுகாக எரிந்து உருகும்

கஷ்டத்தில் சுருங்கிடாத

பக்குவ மனமே மங்கையின் குணம்...

முஹம்மது உமைர்

மௌன வேகம்

தேன் மணந்த குருதியின் தேகம்- அவள்!..
தாக்க வரும் வெள்ளத்தின் ஒரு துளி வெளிச்சம்!..
குண்டூசி அழுதாலும், இவள் அசைவும் கேளா!..
மெட்டி மாட்டி மகிழ, மெட்டு கொண்டு இசைத்தாள்!..
இரு மனம் உருக கைகோர்த்துக் கொண்டனர்!..
சூழ்வினை சூழ்ந்தே சுழன்றது இவள் வாழ்வை!..
வாகை சூடிய மலர் இடையிலே வாடியது!..
எள்ளளவும் என் மனம் இதை ஏற்கவில்லை!..
எல்லோர் வாழ்விலும் வெளிச்சத்தை வெளிக்காட்டும்
வெய்யோனே!..
சிரிப்பெல்லாம் சிதறி, கணவனைக் கொன்றவன்
இவ்வுலகில் மிஞ்சுவா னெனில் கார்மேகம் எரிந்தொ
ழியட்டும் என்கிறேன்!...மௌனமொழிதேவி!..
அவன் இப்பூமியில் நிலைத்து,நீதி கெட்டால்,
நின் சாம்ராஜ்ஜியம் சாக்கடையில் அழியட்டும்!..
வேதனையில், உருவெடுத்த வேங்கை இவள்!..

இவள்,

கலாம் நேசகி அபிதா!

விதி

அச்சிப்பிழைகளின்றி

அச்சிடப்பட்ட திட்டத்தை

விதியேயென கடந்திட்ட

வாழ்க்கை....

இன்னும் எட்டிரா சுதந்திரத்தை

எதிரேகாண....

எள்ளி நகையாடுகிறது.....

எல்லாவற்றையும் கடந்த

விழிகள்..!

சந்தியா

விதவையின் போராட்டம்

ஆயிரம் கனவு உன்னில் வைத்து,

ஆசைபட்ட பொருளை வாங்க மறுத்து,

ஆடம்பரத்தை ஒதுக்கி வைத்து,

அன்பு வார்த்தையை முன் வைத்து,

அழகு முகத்தை பார்க்க மறுத்து

அன்பு இல்லத்தில் எளிமையாக வாழ்ந்து,

அப்புறமா சாப்புடறனு அனைவருக்கும் உபசரித்து,

மிச்ச மீதி உள்ளதை கொஞ்சமாக நீ எடுத்து,

அடி வயிற்று பசியினை பொய்யாக நீ மாற்றி,

அடியே மகளே எனக்கென்ன பிரச்சனை என,

விதவை பெண் ஒருத்தி வாழ்கிறாள் தன் ஒற்றை

மகளின் நல் வாழ்வுக்காக.....

நாமக்கல் செந்தில்

வீர மங்கை

பெண் குழந்தையா? என்று கேள்வி எழாத இடமே
இல்லை

அனைத்தையும் தாண்டி அப்பெண்

தன் பெண் குழந்தைக்கு பிறப்பளித்தால்.....

அப்பிஞ்சு குழந்தையோ தன் பிறப்பின் முதலே

போராட கற்றுக் கொண்டது

அந்த தாய் பெண் சிசுவை

கீழ் எண்ணங்களால் பார்க்கும்

கயவர்களிடம் இருந்து காக்க போரடிவந்தாள்...

தன் தாயாய் பாதுகாக்க வேண்டும்

என்ற வைராக்கியம் கொண்டு வளர்ந்தது அந்தசிசு....

தன் தாயையும் இந்த இழிவான சமூகத்தில்

தலை நிமிர்ந்து வாழவைக்க போரடினாள்

தன் தாயை மட்டும் காத்தல் போதாது

தன் தாய்நாட்டையும் காப்பேன் என்று

பல தடைகளை தளர்த்து ராணுவத்திலும்

சேர்ந்து வீரநடை போட்ட நங்கையே உன்னை

வணங்குகிறேன்!

தனுஷ்மதி சுரேஷ்

யார் இவள்?

அன்பின் சாரலாய்

அவனியில் உதித்தவள்.

துன்பம் பல வந்தாலும்

சிறு தூசி என உதறிவிட்டு துன்பத்திற்கே சவால்விடும்

துணிச்சலானவள்.

அடுப்பங்கரையில் ஒடுங்கி நின்றவள் இன்று

அண்டம் வியக்க சாதிக்கிறாள்..

உறுதியான மகளாம் இவள்

உதிரமதை திங்கள்தோறும் காண்பவள்..

காரிகையாய் பிறந்தவள்

கணவனின் அர்தங்கினி ஆகிறாள்.

அன்னவனின் அறம் செழிக்க

அனுபொழுதும் உழைப்பவள்..

பதுமையாய், சமவாகியாய் சாதிக்கும் பெண்ணினமே

போற்றிடுமே இவ்வகிலம் உன்னை!!!

முத்துபரமேஸ்வரி.பா

73

74